பனிராஜாவின் மகள்

கதை சௌம்யா ராஜேந்திரன்

சித்திரங்கள் ப்ரொய்தி ராய்

மொழிப்பெயர்ச்சி சுதா மகேஷ்

Tulika

“ அப்பப்பா! என்ன வெய்யில்!” என்று புடவைத் தலைப்பால் நெற்றியைத் துடைத்துக்கொண்டே சொன்னாள் அம்மா.

அட்லஸைப் பார்த்துக்கொண்டிருந்த கேசவ், தலையைத் தூக்கிப் பார்த்தான். அவன் கோரைப்பாயில் கவிழ்ந்து படுத்திருந்தான்.

“ ஒரு குளுமையான எடத்துக்கு நீங்க போறீங்களா அம்மா?” பாட்டி கொடுத்த வறுவலை மென்றுகொண்டே கேட்டான் அவன்.

ஒன்பது வயதுச் சிறுவன் கேசவுக்கு அப்போது விடுமுறை நாட்கள். அட்லஸைப் புரட்டிப் பார்ப்பதும், உலகத்தில் எங்கெல்லாம் போகலாம் என்று கற்பனை செய்வதும் அவனுக்கு மிகவும் பிடிக்கும்.

கேசவ் தனது சிகப்பு நிற பென்சிலை எடுத்து, தனக்குப் பிடித்த இடங்களை அட்லஸில் குறிப்பான். பழைய கோரைப்பாயில் தன்னைச் சுற்றிக்கொண்டு அந்த இடங்களில் வசித்த மனிதர்களைப் பற்றிய கதைகள் எல்லாம் நன்றாகக் தெரிந்த ஒரு முதியவரைப் போல் தன்னைக் கற்பனைசெய்துகொள்வான். பலவிதமான மொழிகளைக் கற்பனை செய்து, யார் காதிலும் கேட்காதபடி அவற்றில் மெதுவாகக் குசுகுசுப்பான்.

சில சமயம் அந்தப் பழைய கோரைப்பாயைத் தாண்டிப் போகும்போது அம்மாவுக்கு "உஸ், உஸ்" என்று பலவிதச் சத்தங்கள் அதிலிருந்து கேட்கும். ஆனால் அதற்குள் கேசவ் என்னும் முதிர்ந்த ஞானி ஒருவர் இருக்கிறார் என்பது அம்மாவுக்குத் தெரியாதே! "இந்த வெய்யில்ல இப்படிப் பாயில சுருண்டு கிடந்தா வியாதிதான் வரும்" என்று தன் தலையை ஆட்டிக்கொண்டே சொல்வாள்.

“ஒரு குளுமையான எடம் அம்மா! பனி நெறைய இருக்கற எடம்” என்றான் கேசவ்.

“அத்தனை பனி நெறஞ்ச அந்தக் குளுமையான எடம் எங்கே இருக்கு?” என்று கேட்டாள் அம்மா.

“ஏன், திபெத் இருக்கே. அது உலகத்தோட கூரை! நாம அங்கே இருந்தா நம்ம தலை மேகத்துக்குள்ள போயிடும் அம்மா” என்றான் கேசவ்.

“அசடே!” என்றாள் அம்மா. “ஒனக்குத் தெரியுமா, திபெத்துதான் லாப்சாங்கோட நாடு.”

ஆச்சரியத்தில் கேசவின் கண்கள் விரிந்தன.

லாப்சாங் கேசவின் பக்கத்து வீட்டில் இருந்தாள். அவளுடன் அவளுடைய அக்காவும் அத்தையும் வசித்தனர். அட்லஸில் அடையாளமிட்ட இடங்களில் வசிப்பவர்களைப் பற்றி அவன் கற்பனை செய்துபார்த்திருக்கிறான். ஆனால் அவர்களில் ஒருவர் அவனுக்குத் தெரிந்தவராக இருப்பது இதுவே முதல் முறை.

“லாப்சாங்குக்குத் திபெத்துதான் நாடா?” என்று ஆச்சரியப்பட்டான் கேசவ்.

“ஆமாம்,” என்றாள் அம்மா. “கொழந்தையா இருந்தப்போ அவளோட அக்காவோட அவ இங்க வந்துட்டா.”

“அவ அப்பா, அம்மா ஏன் வரல்ல?” என்று கேட்டான் கேசவ். அம்மா இல்லாமல் நீண்ட தொலைவு அவன் போவதை அவனால் கனவில்கூட நினைத்துப்பார்க்க முடியாது.

“அவளோட அம்மா, அப்பா திபெத்தில இருக்காங்க, கேசவ்” என்று அம்மா வருத்தத்துடன் சொன்னாள். “அவங்க இந்தியாவுக்கு வர அனுமதி இல்லை.”

“அது எப்படி? அப்போ லாப்சாங்கும் அவ அக்காவும் எப்படி வந்தாங்க?” கேசவ் மனத்தில் கேள்விகள் நிரம்பி வழிந்தன.

அட்லஸைக் கேசவிடமிருந்து வாங்கிக்கொண்டு அவன் அருகே உட்கார்ந்தாள் அம்மா.

“இங்கே பாரு” தேசப்படத்தைக் காட்டிச் சொன்னாள் அம்மா. “இது இந்தியா — நம்ம நாடு. இது லாப்சாங்கோட நாடு, திபெத். ஆனால் திபெத் நம்ம நாட்டைப் போல சுதந்திரமான நாடு இல்லெ.”

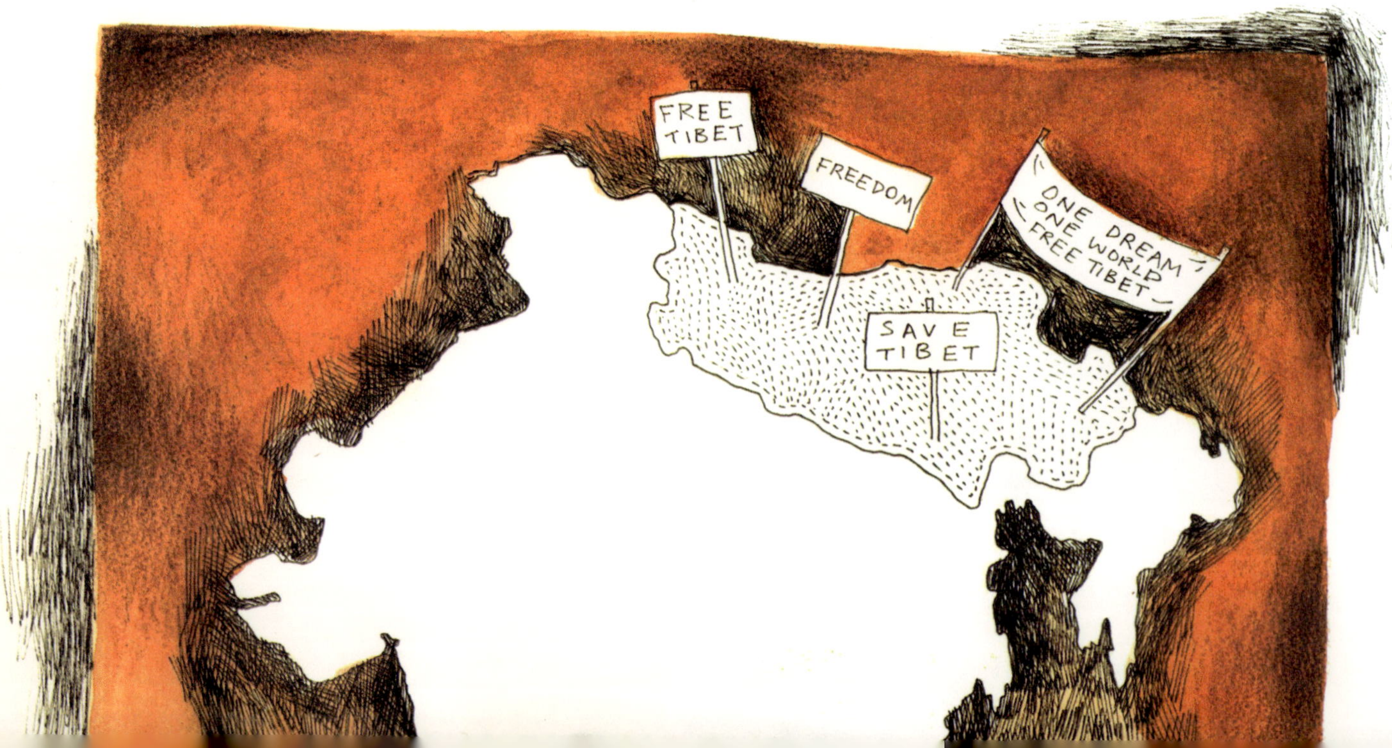

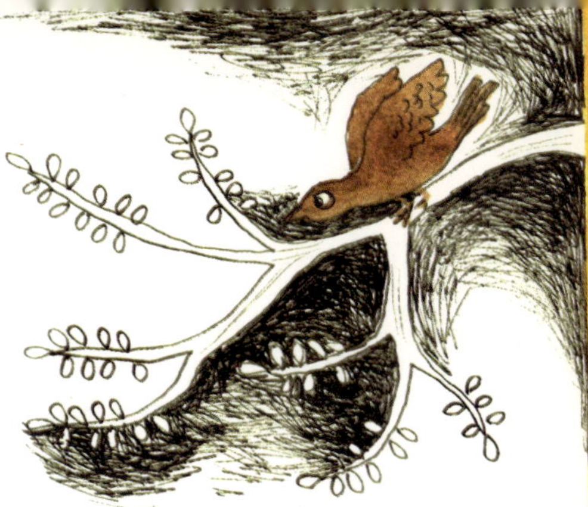

"ஏன் இல்லே?" குறுக்கிட்டான் கேசவ். சுதந்திரம் என்ற சொல்லுக்கு என்ன பொருள் என்று அவனுக்குத் தெரியும். இந்தியாவின் சுதந்திரத்திற்காகப் பலரும் பாடுபட்டது பற்றி அவன் அறிந்திருந்தான்.

"ஏன்னா, அது சீனாவோட ஆட்சியில இருக்கு" என்றாள் அம்மா, தேசப்படத்தில் சீனாவைச் சுட்டிக்காட்டியபடி.

"அப்படின்னா லாப்சாங்கும் அவ அக்காவும் இங்க எப்படி வந்தாங்க?" திரும்பவும் கேட்டான் கேசவ்.

“அவங்க அம்மா, அப்பா அவங்களை மலைப்பிரதேசத்தைப் பத்தி நல்லா தெரிஞ்ச ஒருத்தரோட அனுப்பினாங்க” என்றாள் அம்மா, இமய மலையைக் காட்டி. “அவர் மலையைத் தாண்டி அவங்களை பத்திரமா நம்ம நாட்டுக்குக் கூட்டிக்கிட்டு வந்தார்.”

“அவங்களும் ஏன் வரல்லெ?” வெகு தொலைவில் வசித்த லாப்சாங்கின் பெற்றோரை எண்ணி வருத்தத்துடன் கேட்டான் கேசவ்.

“ஏன்னா அவங்க திபெத்திலேயே இருந்து சுதந்திரத்துக்காகப் போராட விரும்பினாங்க” என்று விவரித்தாள் அம்மா.

கேசவ் தலையாட்டினான். இப்போது அவனுக்கு எல்லாம் புரிந்தது.

“லாப்சாங்குக்குப் பனியப் பத்தி ஞாபகம் இருக்குமா இப்போ?” என்று கேட்டான் கேசவ்.

“எனக்குத் தெரியாது. இங்கெ வர்றப்ப அவ ஒரு சின்னக் கொழந்தை. நீ அவளையே கேளேன்” என்றாள் அம்மா, கேசவின் சுருண்ட முடியைத் தடவிவிட்டுக்கொண்டே.

அட்லஸை எடுத்துக்கொண்டு வேகமாக வெளியே ஓடினான் கேசவ். “லாப்சாங்!” என்று சத்தமாக அவளைக் கூப்பிட்டான். லாப்சாங் அவள் வீட்டிலிருந்து வெளியே ஓடி வந்தாள். அவள் ஒரு குட்டிப் பெண். அவளுடைய முடி பழுப்பு நிறத்தில் அழகாக இருந்தது. அவள் சிரித்தபோது அவளுடைய சுருக்கங்கள் நிறைந்த கண்கள் தெரியவே இல்லை. அவனைப் பார்த்துப் பற்கள் தெரிய அவள் சிரித்தது ஒன்றுதான் கேசவுக்குத் தெரிந்தது.

“என்ன வேணும் கேசவ்?” என்றாள் அவள் உரக்க. அவளது குட்டி உருவத்தைப் பார்க்கும்போது அவள் குரல் பெரிதாக இருந்தது என்றுதான் சொல்ல வேண்டும்.

“நிஜமாவே நீ திபெத்துலேருந்து வர்றீயா?” உற்சாகத்துடன் கேட்டான் கேசவ். அவனுக்குத் தெரிந்த ஒருவர் வேறு நாட்டிலிருந்து வந்திருக்க முடியும் என்று அவனால் நம்பவே முடியவில்லை.

“ஆமாம்” என்றாள் லாப்சாங். “நான் திபெத்திலேருந்து வந்தவதான். ஒனக்குத் தெரியாதா என்ன?”

“தெரியாது. அது சரி, ஒனக்குப் பனி எப்படி இருக்கும்னு ஞாபகம் இருக்கா? நிஜமான பனி?” என்று அவளை அவன் கேட்டான்.

"நிச்சயமா!" என்றாள் லாப்சாங். "நான் பனிராஜாவோட பொண்ணு. எனக்காக எங்க அப்பா கட்டிகிட்டிருக்கற அரண்மனை தயாரானதும் அவர் வந்து என்னெக் கூட்டிகிட்டுப் போவார்னு எங்க அக்கா சொல்லியிருக்கா" என்றாள் லாப்சாங் வெட்கத்துடன்.

கேசவ் புன்னகைத்தான். அவள் நிஜமாகவே ஒரு குட்டி ராணிபோலத்தான் இருந்தாள். “ஒரு குடிமகனின் இந்த அன்பளிப்பைப் பெற்றுக்கொள்ளுங்கள், குட்டி ராணி” என்று ஒரு புல்லைப் பிடுங்கி அவளிடம் நீட்டினான் கேசவ்.

லாப்சாங் கைகளைத் தட்டிச் சிரித்தாள். பிறகு அந்தப் புல் இதழை வாங்கிக்கொண்டு “எங்க அப்பா பனிராஜாகிட்ட நீ ஒரு நல்ல பையன்னு சொல்றேன்” என்றாள்.

கேசவ் குனிந்து வணங்கி “மிக்க நன்றி இளவரசி” என்றான். அவள் கையைப் பிடித்துக்கொண்டு அவள் தன் கோரைப்பாய் வீட்டுக்கு வருவாளா என்று கேட்டான்.

“மிக்க மகிழ்ச்சியுடன்” என்றாள் லாப்சாங். அவளுக்குத் தெரியும் கேசவ் தன் கோரைப்பாய் வீட்டுக்கு யாரையும் அழைத்ததில்லை என்று. தன்னை அவன் அழைத்ததைப் பெருமையாக நினைத்தாள்.

கேசவின் கோரைப்பாய் வீட்டுக்குள் இருவரும் உட்கார்ந்து அட்லஸைப் புரட்டிக்கொண்டு அவர்கள் அடையாளம் இட்ட இடங்களில் வசிப்பவர்கள் போலப் பாசாங்கு செய்தனர்.

"பனி நிஜமாகவே எப்படி இருக்கும்?" என்று கேசவ் கேட்டான்.

"சில்லுனு இருக்கும் — ரொம்ப ரொம்பச் சில்லுனு இருக்கும்" என்றாள் லாப்சாங், நெற்றியைச் சுருக்கிக்கொண்டு அதை நினைவுபடுத்திக்கொள்பவள் போல்.
"நீ அதெக் கையில வச்சிகிட்டா அது கரஞ்சு ஆறு போல விரல் நுனிக்கு ஓடும்."

“பனிராஜாவுக்குக் கோபம் வந்தா எல்லாப் பனியையும் கரச்சுடுவாரா?” என்று கேட்டான் கேசவ். வெள்ளை உடையில் உயரமாக ஒருவர் பனிமலைமீது நெருப்பை உமிழ்வது போல அவன் கற்பனைசெய்தான்.

லாப்சாங் குலுங்கிச் சிரித்தாள். “ஆமாம், ஆமாம், பனிராஜாவுக்குக் கோபம் வந்தா அவரோட மூக்கு வழியா நெருப்பு வந்து பனியெல்லாம் கரஞ்சுடும். அப்போ மலையைத் தாண்டி வர்றது எங்களுக்குச் சுலபமா இருக்கும்” என்றாள்.

சற்று நேரம் எதுவும் பேசாமல் இருந்தாள்.

“என்னோட அப்பா சீக்கிரம் வந்தா நல்லா இருக்கும்.”

கேசவ் அவளைப் பார்த்து மென்மையாகச் சிரித்தான். “நிச்சயம் வருவாரு” என்றான்.

பிறகு இந்தியாவுக்குக் கீழே ஒரு பெரிய கண்ணீர்த் துளிபோல் இருக்கும் இலங்கையைத் தொட்டுக் காட்டி “இப்போ நாம் இங்கே போகலாமா” என்று கேட்டான்.

அடுத்த முறை அம்மா அவர்களைத் தாண்டிப் போனபோது சற்று அதிகமாகவே சுருண்ட பாயிலிருந்து உஸ் உஸ் என்ற சத்தம் கேட்டது. ஆனால் அம்மாவுக்கு ஒரு வார்த்தைகூடப் புரியவில்லை. தலையை மட்டும் ஆட்டிக்கொண்டே “இந்த வெய்யில்ல அந்தப் பாய்க்குள்ளெ இருந்தா ஒங்களுக்கு ஜுரம்தான் வரப்போவுது” என்று சொல்லியபடி போனாள்.

Paniraajaavin magal (Tamil)

ISBN 978-81-8146-682-2

First published in India, 2009

Originally in English
Editorial consultant: Cre-A: Chennai

Published by
Tulika Publishers, 13 Prithvi Avenue First Street, Abhiramapuram, Chennai 600 018, India
email tulikabooks@vsnl.com *website* www.tulikabooks.com

Printed and bound by
Lokavani Southern Printers Pvt. Ltd, 122 Greams Road, Chennai 600 006, India